பியாக்கம்

பாலாஜி தரணிதரன்

டிஸ்கவரி பப்ளிகேஷன்ஸ்
எண்: 9, பிளாட் எண்: 1080A, ரோஹிணி பிளாட்ஸ்
முனுசாமி சாலை, கே.கே.நகர் மேற்கு,
சென்னை - 600 078. பேச: 99404 46650

பியாக்கம் (கவிதைகள்) - பாலாஜி தரணிதரன்©
PIYAAKKAM (Poems) - Balaji Tharaneetharan©
1st Edition: Feb - 2022; வெளியீட்டு எண்: 0140
120 Pages - Print in India
Rs.130

Publisher • Sales Rights

Discovery Publications
No. 9, Plot,1080A,
Rohini Flats, Munusamy Salai,
K.K.Nagar West, Chennai - 78.
Tamilnadu, India.
Mobile: +91 99404 46650

Discovery Book Palace (P) Ltd
No. 6, Mahaveer Complex,
Munusamy Salai, K.K.Nagar West,
Chennai-600 078.
Ph: (044) 4855 7525
Mobile: +91 87545 07070

discoverybookpalace@gmail.com
WWW.DISCOVERYBOOKPALACE.COM

இந்த நூலில் பிரசுரமாகியுள்ள எந்த ஒரு பகுதியையும் பதிப்பாளரின் எழுத்துபூர்வமான முன்அனுமதி பெறாமல் எடுத்தாள்வதோ, மறுபிரசுரம் செய்வதோ, மொழியாக்கம் செய்வதோ, அச்சு மற்றும் மின்னணு ஊடகங்களில் மறுபதிப்பு செய்வதோ, காப்புரிமைச் சட்டப்படி தடை செய்யப்பட்டுள்ளது. இந்த நூலிலிருந்து குறிப்பிட்ட பகுதிகளை மேற்கோள் காட்டி புத்தக விமர்சனம் செய்ய, ஊடகங்களுக்கு மட்டும் அனுமதி உண்டு.

உங்கள் மொபைல் போனிலிருந்து ஸ்கேன் செய்து டிஸ்கவரி புக் பேலஸின் மொபைல் ஆப்பை டவுன்லோடு செய்து, புத்தகங்களை வாங்குங்கள்.

என் நைனாவுக்கு...

'எங்கோ ஒரு குழந்தை வளர்ந்துவிட்டது'

'நடுவுல கொஞ்சம் பக்கத்த காணோம்; என்று தான் இயக்கிய முதல் திரைப்படத்துக்குப் பெயர் வைத்தவர் பாலாஜி தரணிதரன். அவர் நினைத்தால் அவருடைய முதல் கவிதைத் தொகுப்புக்கு, அதே போல் நீளமாக 'தவறுதலாக எடைக்குப் போடப்பட்ட மிக்கி மவுஸ்' என்று தலைப்பு வைத்திருக்கலாம். அவர் செய்யவில்லை. 'பியாக்கம்' என்று சுருக்கமாக ஒரு ஒற்றைச் சொல்லைத் தேர்ந்திருக்கிறார்.

'பியாக்கம்' என்றால் என்ன அர்த்தம்? அதை எந்தப் பேரகராதிகளிலும் தேட முடியாது. கூகுளில் அதற்குப் பதில் கிடைக்காது. அது ஒரு கடவுச் சொல் அல்லது மழலை உலகத்தைத் திறக்கும் கடவுச் சொற்களில் ஒன்று. அப்படி எனில் சிறார் உலகம் பூட்டப்பட்ட ஒன்றா என்று கேட்கக் கூடாது. எல்லாத் திசைகளிலும் திறந்துகிடக்கும் பெரு வெளி அது.

காதில் விழும் ஒலியின் ஒலிப்பைப் பின் முன்னாக்கி, நேற்று எனும் காலத்தை நாளையில் வைத்து, கடைவாயில் எச்சில் ஒழுக, தாய்ப்பால் வாசனையடிக்க உச்சரிக்கப்படுவது. ஒரு குழூஉக்குறி போல, ஒரே செடியில் அந்தந்த நேரத்திற்கேற்ப வேறு வேறு பூவாக மலர்வது. ஒருபோதும் உதிர்வதே இல்லை. பிரபஞ்சம் முழுவதிலும் உள்ள எல்லா

மொழி இலக்கணங்களையும் ஒரே ஒரு மழலை உச்சரிப்பில் உதறிச் சிரித்துக் கைகொட்டுவது.

'மம்மம்' என்றால் உணவு. 'பவ் வவ்' என்றால் தோக்குட்டி. அதே போல 'பியாக்கம்' என்றால் இடியாப்பம். சைக்கிளில் மீன்காரர்கள் வியாபாரத்துக்கு வருவதுபோல, இப்போது இடியாப்பம் விற்கிறவர்கள் டி.வி.எஸ் 50ல் வருகிறார்கள். ஒரு குறிப்பிட்ட நேரத்தில் தெருவில் இங்கிருந்து மறு கோடிவரை 'இடியாப்பம்' என்று உரக்கக் கூவிக்கொண்டே போகிறார்கள். ஒவ்வொரு வீட்டு அடுக்களைவரை கேட்க வேண்டுமே.

குடிதண்ணீர் லாரி போனால் தெருவில் ஈரம் சிந்திக்கிடப்பதுபோல, அந்த 'இடியாப்பம்' என்ற பிழியப்பட்ட குரல், காலை வெயிலில் சுடச்சுட அப்பிக்கொண்டு கிடக்கும். தொட்டிலிலோ அம்மா இடுப்பிலோ இருக்கும் பிள்ளைகள், அந்த 'இடியாப்பம்' என்ற குரலின் தத்தகாரத்தை மனதில் வாங்கி, மறுநொடியில், இசையமைப்பாளர்களுக்கு எழுதிக்கொடுப்பதுபோல, 'பியாக்கம்' என்ற புதிய சொல்லை உச்சரிக்கின்றன. சொல்லே பால்ய ராகம் ஆகிவிடுகிறது.

இந்த 'பியாக்கம்' என்ற ஒரு சொல் மட்டுமல்ல, இந்தத் தொகுப்பின் பெரும்பான்மை சதவிகிதக் கவிதைகள். குழந்தைகள் உலகத்தின் தூய உருப்பளிங்குடன் ஒளிர்பவையே. தமிழின் நவீனக் கவிதைக்குள் தன்னுடைய 'அகி' என்ற முதல் தொகுப்பின் மூலமும், அதற்குப் பிந்திய தொகுப்புகளிலும், மிக அழகான சிறார் உலகத்தைக் கொண்டுவந்தவர் முகுந்த் நாகராஜன். பாலாஜி தரணிதரனின் இந்தத் தொகுப்பு, முகுந்த் நாகராஜனைத்

தொடர்ந்து ஒரு மாசிலா வெளிச்சத்தில், குழந்தைகளை அதன் போக்கில் நடமாடவும், ஓடவும், கீழே விழவும் மறுபடி எழுந்து ஓடவும் வைக்கின்றன. முகுந்த் எழுதியிருக்கவேண்டிய முன்னுரை இது. மிகுந்த கூச்சத்துடன், அதேசமயம் முகுந்த் நாகராஜனால் ஆசீர்வதிக்கப்பட்டது போன்ற மகிழ்ச்சியுடன் நான் இந்த வரியில் இருக்கிறேன்.

உச்சா போகும் பாய்ஸ்களுக்கு முன்னால் வால் இருக்கிறது. அவர்கள் நாளைக்கு ஊருக்குப் போனவர்கள். யூகேஜி படிக்கிற பிள்ளையின் அப்பன் நகபாலீஷ் போட்டிருக்கிறான். ஒளிந்திருக்கும் இடத்தில் இருந்து கண்டுபிடிக்கச் சொல்லிச் சத்தம் கொடுக்கிறது குழந்தை. நிப்பாட்டி மணி கேட்டதும் பெரிய மனுஷன் ஆகிறான் கைக்கடிகாரம் கட்டின சிறுவன். கலர் சாக்பீஸ், சென்ட் ரப்பர் வருகிறது அன்றைய தினத்தில். சேர்ந்து உட்கார்ந்திருக்கும் நேரத்துக்கும் பொழுதுக்கும் கொஞ்சம் பொரி இறைக்கிறது குழந்தை. பிறந்தநாள் பலூன்கள் சில, சிறுவர்களோடு சென்றுவிடுகின்றன. இப்படியாக, இப்படியாக பாலாஜி தரணிதரனின் 'நினைவின் அந்தரங்கத்தில் எத்தனையோ பால்யத்தின் பொற்கணங்கள்.'

யார் குழந்தைகளிடம் தன்னை ஒப்புக் கொடுக்கிறானோ, யார் அந்த உலகத்தில் தன்னுடைய வளர்ந்த உலகத்தை ஒன்றிணைத்து விடுகிறானோ, யார் சதா இந்த உலகத்தைப் பார்த்து வியந்துகொண்டிருக்கிறானோ, யார் எதையும் எவரையும் சந்தேகிக்கத் தெரியாதவனாக இருக்கிறானோ, ஒன்று, அவன் மூத்த படைப்பாளிகளில்

யூமா வாசுகி ஆக, முகுந்த் நாகராஜனாக இருப்பான். புதிய படைப்பாளிகளில் பாலாஜி தரணிதரனாக இருக்கிறான்.

அவர் குழந்தைகள், காகம், பூங்கா, மழை, ஜன்னல் கம்பி, ரயில் பயணம், அறுந்து செல்லும் பட்டத்தைத் துரத்தியோடும் சிறுவர்களை மட்டும் அல்ல இவற்றையும் காட்டுகிறார், நெடுஞ்சாலையில் அடிபட்டுக்கிடக்கும் பட்டாம்பூச்சிமேல் நீங்கள் பறந்து செல்வதை, திறக்கும் எல்லாக் கதவுகளிலும் மூடச்சொல்லி எழுதப்பட்டிருப்பதை, மழைத்துளியில் தலைகீழாகத் தொங்கும் மரத்தை, மூடிய பார்க்கில் காற்றும் ஊஞ்சலும் விளையாடுவதை, இருவேறாகப் பிரிந்த காலணிகளை ஒன்றிணைக்கும் யாசகரை, கோலத்தினுள் சிக்கிக்கொள்ளும் புள்ளியை, அடுக்குமாடிக் குடியிருப்புகளில் நிகழும் மரணத்தை, புத்தக மூலையின் வாசிப்பு மடிப்புக்குப் பின்னால் இருக்கும் கதைகளை.

நான் கதைகளும் எழுதுகிறவன் என்பதால் பாலாஜி தரணிதரன் அவருடைய கவிதைகளில் வைத்திருக்கும் கதைகளையும் வாசிக்கிறவன் ஆகிறேன்.

வண்ணங்கள் கலைந்த பெரிய வீட்டின் வாயிலில், 'இங்கு ஜாக்கெட்டுகள் தைத்துத் தரப்படும்' என எழுதி மாட்டியிருக்கும் பலகையில் இருந்து, தந்தையின் மரணத்தில் அழுபவளைத் தோளில் தாங்கிக்கொள்கிற அவளுடைய மகனில் இருந்து, பல வருடங்களாக அப்படியே இருக்கும் கடக்காலுக்கு கீழ்ப் புதைந்திருக்கும் ஒரு கனவு வீட்டில் இருந்து மேற்கொண்டு அல்லது அதற்குமுன் நகர்ந்து எழுதக் கனத்த துயர்தரும் கதைகள் இருக்கின்றன.

பாலாஜி தரணிதரன், நீங்கள் குறிப்பிடுகிறீர்களே, 'என் பாட்டிக்கும் என் மகளுக்கும் அந்தப் பழக்கம் இருக்கிறது, அவர்கள் என்ன சாப்பிட்டாலும் எனக்கும் கொஞ்சம் கொடுப்பது' என்று. எவ்வளவு அருமையான பழக்கம் அது. நீங்களும் நானும் செய்கிறதும் / செய்ய வேண்டியதும் அதைத்தானே.

நீங்கள் எத்தனை வருடங்களாகக் கவிதை எழுதி வருகிறீர்களோ தெரியாது. ஆனால், இந்தத் தொகுப்பு நீங்கள் கட்டியிருக்கும் குருவிக்கூடு.

குருவிக்கூட்டை யாராவது அங்கீகரிக்காமல் இருப்பார்களா?

அங்கீகரிக்கிறேன். யாவரும் அங்கீகரிப்பார்கள்.

வாழ்த்துகள்.
கல்யாணி.சி
08.02.2022

'கிரிக் லெஃப்டெல்'

'கிரிக் லெஃப்டெல்' என்ற சத்தம் நான் ஏழு எட்டு வயது சின்னப்பையனாக இருக்கும்போதெல்லாம் தெருவில் அடிக்கடி கேட்கும். அது என்னவென்று தெரியாது. ரொம்ப நாள் கழித்து என் அப்பாவிடம், "அதை எனக்கு வாங்கித் தா" என்றேன். "ச்சே, போடா என்னத்தப் போயி கேக்கான் பாரு" என்று எரிச்சலும் சிரிப்புமாகச் சொன்னதைக் கேட்டு என் பிடிவாதம் அதிகரித்தது. அந்தக் கிரிக் லெஃப்டெல் சத்தம் வாசலுக்கு மிக நெருங்கியதும், "ஏ நாகூரு இங்கே வாய்யா..." என்றார் அப்பா. அவர், "முதலாளி இந்தா வந்துட்டேன்"னு வந்தார். அவர் கையில் ஜமுக்காளம் பெட்ஷீட்டுகள். "நீ என்னப்பா விக்கற இவங்கிட்ட சொல்லு" "விரிக்ற பெட்ஷீட், ஜம்க்காளம்"ன்னாரு. "இதாலே உனக்கு வேணும்"ன்னாரு அப்பா. வேண்டாம் என்று தலையசைத்துவிட்டு விளையாட ஓடிவிட்டேன். கூப்பிட்ட முறைக்கு அம்மா அவருக்கு காப்பித் தண்ணிக் கொடுத்து அனுப்பின நினைவு.

அந்த ஜமுக்காளம் நெசவு பண்ணி விக்கிற ஆளைப்பத்தி கட்டுரையே எழுதற அளவு கதையிருக்கு அது இப்ப தேவையில்லை.

சகோதரர் பாலாஜி தரணிதரனின் கவிதையை வாசிக்க ஆரம்பித்தபோது ஒரு கவிதை கொஞ்சம் நெருடியது.

அவள் குழந்தையாக இருக்கையில்
பியாக்கம் விற்றுக் கொண்டிருந்தவர்கள்
இப்போது இடியாப்பம் விற்கிறார்கள்.

'பியாக்கமா அது என்ன?' ஏதோ தின்கிற பொருள் என்று புரிந்தது. என்ன 'பபிள்கம்' போலவா என்றெல்லாம் குழம்பினேன். ஆனால் கிட்டத்தட்ட உரைநடைபோல ஒலிக்கிற கவிதையில் அதைத் தாண்டி மின்மினிப் பூச்சியின் மறைந்து மறைந்து ஒளிரும் வெளிச்சம்போல ஏதோ ஒன்று இருக்கிறது என்று என் கவிதை மனம் தேடியது. அப்புறம் அவரிடமே கேட்டேன், 'பியாக்கம்' என்று எதைக் குறிப்பிடுகிறீர்கள் என்று. அவர் சொன்னார் என் குழந்தை சிறு பிள்ளையாய் இருக்கையில் இடியாப்பத்தை 'பியாக்கம்' என்று சொல்லுவாள் என்று. அதுதான் நான் அவர் உலகத்துக்குள் புகுவதற்கான தெறிப்பான நொடி. அப்போதுதான் அந்த அற்புதமான கணம் பிறந்தது. அது கவிதைக் கணம். அப்படி வாழ்வின் கணங்கள் எல்லோருக்கும் ஒரு கவிதை மனதைத் தரும். கவிதையின் மகத்துவம் அதுதான். இது வேறெந்த இலக்கியப் படைப்புக்கும் வாய்க்காதது.

அது பெரும்பாலும் குழந்தைகளால் வாய்க்கும். சமீபத்தில் எனது நண்பர் ஒருவர், மிகச் சிறந்த இலக்கியவாதி கேட்டார், "சார் உங்கள் கவிதைகளில் நிறைய குழந்தைகள் வருகிறார்கள் அவற்றையெல்லாம் முடிகிறவரை தொகுத்து அனுப்ப முடியுமா," என்று. இப்போதைய சூழலில் கணிணியில் ஒரு கோப்பாக இருப்பதால் ஒருவகையில் சாத்தியப்பட்டது அது. பிரதியெடுத்து அனுப்பினேன். "ரொம்பச் சிறப்பாக

இருக்கிறது நான் இதைப் பற்றி எழுதுகிறேன்" என்றார். அவர் சொல்லி ஓரிரு நாளில் சகோதரர் பாலாஜி தரணிதரனின் தொகுப்பு வந்து நிற்கிறது. அதிலும் அவ்வளவும் குழந்தை மொழியில், குழந்தை மனதோடு குழந்தைமையைக் கொண்டாடும் கவிதைகள். அதுவும் குழந்தைகளோடு ரயில் பயணம் போகும் மாதிரி அனுபவத்தைத் தருகிற கவிதைகள்.

பாலாஜி தரணிதரனின் கவிதை மொழியிலேயே சொல்லலாம்,

குழந்தைகளுடன்
அல்லது
குழந்தையாக
மட்டுமே போக வேண்டும்
ரயில் பயணங்கள்.

என்று சொல்கிறது அந்தக் கவிதை. ஆம் அந்த உண்மையை அவர் உணர்ந்ததால்தான் இந்தத் தொகுப்பு சாத்தியப்பட்டிருக்கிறது. என்னைப் பொறுத்து அவர் சிறந்த திரைப்படக் கதாசிரியர் இயக்குநர். அவருள்ளிருக்கும் ஒரு கவிதை வித்து முளைவிடத் துடித்துக்கொண்டே இருந்திருக்கிறது. இப்போது அது சாத்தியப்பட்டிருக்கிறது.

குழந்தைகள் பற்றிய கவிதை எழுதுவது குழந்தைகள்போல இயல்பானது. தாகூர் 'Crescent moon' என்று எழுதியிருக்கிறார். பாரதி நிறைய எழுதியிருக்கிறார். நவீனக் கவிதையில் நானும் நிறைய எழுதியிருக்கிறேன், எனக்கு ஒரு சமீபத்திய உத்வேகமாக முகுந்த் நாகராஜனைச் சொல்லலாம். எல்லாவற்றையும்விட கலீல் கிப்ரானின் ஒரு கவிதை

எனக்கு மிக நெருக்கமான ஒன்று. அவரது கவிதையின் வரிகள்:

> உங்கள் குழந்தைகள் உங்களுடையவர்கள் அல்ல,
> மாறாக அவர்கள் வாழ்க்கை விரும்பும் அந்த
> வாழ்க்கையின் ஆசாபாசங்கள்
> நீங்கள் வெறும் (அமைதி காக்கும்) வில் மட்டுமே
> உங்கள் குழந்தைகளே அதிலிருந்து புறப்படும்
> உயிர்ப்பான அம்புகள்

என்றெல்லாம் பாடுகிறார் கலீல் கிப்ரான்.

இந்தக் குழந்தைமை அவரது வெற்றிகரமான புனைவு மூளைக்குப் புதிய பரிமாணம் தர, பாலாஜி தரணிதரன் ஆத்மார்த்தமான ஒரு கவிஞனாக உருவெடுத்திருக்கிறார்.

பல நல்ல கவிதைகள் உள்ளன இந்தத் தொகுப்பில். சில கவிதைகள் ஏற்கெனவே சொல்லப்பட்ட கவிதைகளின் புது வடிவத்தில் உள்ளன. உதாரணமாக 'பொருள்வயின் பிரிவு' - பொருளுக்காக குடும்பத்தைப் பிரிவது சங்ககாலம் தொட்டு வருகிற ஒரு விஷயம். அதனை

> இந்த ரயில் பயணத்தில்
> கிட்டத்தில் இருப்பவைகள் விலகிச் செல்ல
> தூரத்தில் இருக்கும் நிலவு கூடவே வர
> வெளியூர் வேலைக்குப்
> போய்க்கொண்டிருக்கிறான்
> வீட்டின் நினைவுகளோடு அவன்.

என்று புதிய படிமங்களோடு எழுதுகிறார். அதுதான் ஒரு புதிய கவிஞன் செய்ய வேண்டிய காரியம், நகர வேண்டிய திசை.

பறந்த நினைவுகளுடன்
வானைப் பார்த்துக்கொண்டு
குளத்தில் மிதக்கிறது
இறகு

என்றொரு கவிதை. இதில் அவருக்குக் கிட்டியிருக்கிற சிறு பொறியை அவர் இன்னும் ஒன்றிரண்டு வைக்கோற் துரும்புகளோ, காய்ந்த சருகுகளோ போட்டு ஊதிஊதிப் பெரிய ஜோதியாக்கியிருக்க வேண்டும். ஒருவேளை நான் இதை எழுதியிருந்தால்,

பறந்த நினைவுகளுடன்
வானைப் பார்த்தபடி
நனைந்து கொண்டே
குளத்தில் மிதக்கிறது
இறகு.
ஆறுதல் சொல்லுகின்றன
கடந்து செல்லும் மேகங்களின்
பிம்பங்கள்.

என்று சேர்த்துச் சொல்லிருப்பேனாயிருக்கும். இதுகூட முழுமையானதில்லை. ஆனால், இந்த நுணுக்கமெல்லாம் அவருக்கு எதிர்நாட்களில், கவிதையிலும் கைகூடிவிடும் என்பதற்குச் சிறந்த உதாரணமாக, இந்தத் தொகுப்பிலேயே முழுமை நிறைந்ததாக வந்திருக்கிறது ஒரு அற்புதமான கவிதை:

எப்பொழுது வேண்டுமானாலும்
விழும் நிலையில் இருக்கிறது
மரம்
ஜன்னல் கம்பியில் இருக்கும்

மழைத்துளியில்
தலைகீழாய் நின்று கொண்டு

ஆஹா என்ன ஒரு அற்புதம் என்று சொல்ல வைக்கிறது இந்தக் கவிதை. ஒரு எழுத்தைக்கூடச் சேர்க்கவோ நீக்கவோ வேண்டாம்.

சிறந்த இயக்குநர் சிறந்த கவிஞராக உருவாகி வருகிறார் என்ற நம்பிக்கையை விதைக்கிறது இந்தக் கவிதைகள். சகோதரர் பாலாஜி தரணிதரனுக்கு, மன்னிக்கவும் 'கவிஞர்' பாலாஜி தரணிதரனுக்கு என் வாழ்த்துகள்.

அன்புடன்
கலாப்ரியா

கவிதை எனும் மதம்

என் பதின்ம வயதுகளில் பள்ளி முடிந்த பிற்பகல் பொழுதுகளிலும், விடுமுறை நாட்களின் பகல் பொழுதுகளிலும் படுக்கையில் படுத்துக்கொண்டு வார பத்திரிகைகளைப் படிப்பது என்னுடைய வழக்கம். என் அப்பா அப்போது வந்த பெரும்பாலான வார பத்திரிகைகளை வாங்குவார். தொடக்கத்தில் நகைச்சுவை துணுக்குகள், சினிமா செய்திகள் மட்டுமே படித்துக்கொண்டு இருந்தேன். மெல்ல மெல்ல கவிதைகள், சிறுகதைகள் என கவனம் நீண்டது.

அப்படி கவிதைகள் வாசிக்கையில் ஏற்பட்ட அனுபவமும் மனநிலையும் என்னை மேலும் கவிதைகளை நோக்கி ஈர்த்தது. அனைத்து பத்திரிகைகளிலும் வந்த கவிதைகளை விடாமல் படித்துவந்தேன். நானும் ஆர்வத்தில் கவிதை எழுதத் தொடங்கினேன். அவையெல்லாம் வெறும் வார்த்தை ஜாலங்களாகத்தான் இருந்தன. உதாரணத்துக்கு ஒன்று,

கீதா
உன் மனக்கதவை
திறக்கும்
கீ தா...

பள்ளி முடிந்து திரைப்படக் கல்லூரியில் படிக்கும் காலத்தில், தமிழின் தற்காலப் பெரும் கவிஞர்களின் புத்தகங்களை வாங்கிப் படிக்கத் தொடங்கினேன். அப்பொழுது எனக்குக் கவிதையைப் பற்றிய புரிதல் இன்னும் அதிகமானது. அப்பொழுது படித்த பல கவிதைகள் இன்னும் என் மனதில் நீங்காமல் நிற்கிறது. அந்தக் கவிதைகள் தந்த மனநிலையும் அனுபவமும் அலாதியானது.

மேலும் அவை எனக்கு வாழ்வை அர்த்தப்படுத்தி, இன்னும் ரசித்துத் திளைத்து வாழக் கற்றுக்கொடுத்தது. எனக்கும் அப்படி ஒரு கவிதை எழுத ஆவல் தோன்றியது. அந்த முயற்சிதான் இந்தக் கவிதைத் தொகுப்பு. கவிதை தோன்றுகையில் ஏற்படும் மனநிலை மிகவும் அற்புதமானது. அதுதான் மீண்டும் மீண்டும் எழுதத் தூண்டுகிறது. ஒரு நல்ல கவிதை மனதின் இறுக்கங்களைத் தளர்த்தி வாழ்வின் ஊற்றைச் சுரக்கச் செய்கிறது. சில கவிதைகளைப் படித்துவிட்டு வெகுநேரம் ஏனெனத் தெரியாமலேயே எல்லோரிடமும் அன்போடு இருந்திருக்கிறேன். எல்லா மதங்களும் சொல்வதை ஒரு கவிதை எளிதில் செய்துவிடுகிறது.

இந்தத் தொகுப்பில் இருக்கும் கவிதைகள் நான் கடந்த பதினைந்து ஆண்டுகளாக அவ்வப்பொழுது எழுதியது. அதில் அதிகம் கடைசி மூன்று ஆண்டுகளில் எழுதியவை. கவிதைகளைக் கால வரிசையில் தொகுக்கவில்லை.

இக்கவிதைத் தொகுப்பைப் படித்து, முன்னுரை எழுதி வாழ்த்திய கவிஞர் திரு.கல்யாண்ஜி அவர்களுக்கும், கவிஞர் திரு.கலாப்ரியா அவர்களுக்கும் என் மனமார்ந்த நன்றிகள்.

இப்புத்தகத்தின் தலைப்பை வரைந்த குழந்தை ஆதிராவுக்கு அன்பு முத்தங்கள்.

என் கவிதைகளைப் புத்தகமாகப் போடத் தூண்டிய நண்பர்களுக்கும், இந்தப் புத்தகத்தைச் சிறந்த முறையில் பதிப்பித்த டிஸ்கவரி பதிப்பகத்துக்கும், அதன் உரிமையாளர் திரு.மு.வேடியப்பன் அவர்களுக்கும் என் நன்றிகள்.

பாலாஜி தரணிதரன்
btwritings22@gmail.com

பொம்மைக் கடையில்
ஒரு குட்டிக் காரைக் காட்டி
"குட்டி வயசுல
எனக்கு வாங்கிக் கொடுத்தியே
அந்தக் கார்"
என குட்டிப் பையன்
தன் அப்பாவிடம் சொல்ல
அவர் குட்டியாய்
ஒரு பிளாஷ்பேக் போய்விட்டு வந்து
ஆமாம் என தலையாட்டினார்
குட்டியாக.

*

பூவென நினைத்து கிராமபோன்
ஒலிபெருக்கியில் நுழைந்த வண்டு
சுவைத்தது இசையை.

*

எவ்வளவு தேடியும்
கிடைக்காத திருகாணி
வேறு ஏதாவது தேடப் போய்
கிடைக்கும் வரை
அதே அலமாரியினுள்
தொலைந்து இருக்கிறது.

*

அப்புறம்
விழுப்பரம்
அப்புறம்
கற்பூரம்
அப்புறம்
ஆங்... கிற்பூரம்
குழந்தைகள் விளையாட்டை
வளர்ந்தவர்களிடம் சொன்னேன்
அப்புறம் என்றார்கள்
விழுப்புரம் என்றேன்.

*

"பாய்ஸ் ஏன்ப்பா
நின்னுக்கிட்டு உச்சா போறாங்க?"
பள்ளியில் சேர்த்த சில நாட்களில்
மகள் கேட்டாள்
எப்படிச் சொல்வது என யோசித்து
"அது அவங்க அப்படித்தான் போறாங்க
ஆனா அப்படி போகக்கூடாது
உக்காந்துதான் போகணும்"
என ஏதோ சொல்லிச் சமாளித்தேன்
என் பதிலில் திருப்தி இல்லாமல் பார்த்தாள்
பின் ஒரு நாள்
அவளை உச்சா விடுகையில்
என்னைப் பார்த்துச் சொன்னாள்
"பாய்ஸ் ஏன் தெரியுமா
நின்னுகிட்டு உச்சா போறாங்க?"
நாம் சொல்லாமல் போனால்
குழந்தைகளுக்குத் தெரியாமலா
போகப்போகிறது
"ஏண்டா?" என்றேன்
"அவங்களுக்கு முன்னாடி வால் இருக்கு"
என்றாள்.

*

நாளைக்கு வந்த மாமா
நாளைக்குப் போன ஊர்
நாளைக்கு விளையாண்ட விளையாட்டு
இறந்த காலத்துக்கும்
எதிர்காலம் இருக்கிறது
குழந்தைகள் உலகில்.

*

வாழ்வில் வீழ்கையில் எல்லாம்
ஒன்றை மறந்துவிடக் கூடாது
கையைத் தலைக்கு வைத்து
கண்மூடி சற்று ஓய்வெடுக்க.

*

மூடிய பூங்காவினுள்
விளையாடுகிறது
காற்றும் ஊஞ்சலும்.

*

"எத்தனைக் குழந்தை சார்?"
விரல்களில் நெயில் பாலிஷோடு
சந்தோஷமாகப் பதிலளித்தான்
"ஒரு பொண்ணு சார், யூகேஜி படிக்கறா"

*

குழந்தைகளுடன்
அல்லது
குழந்தையாக
மட்டுமே போக வேண்டும்
ரயில் பயணங்கள்.

*

நெடுஞ்சாலையில்
அடிபட்டுக் கிடக்கும்
பட்டாம்பூச்சியின் மேல்
பறந்துகொண்டிருக்கிறோம்.

*

திறக்கும் எல்லாக் கதவுகளிலும்
எவனோ ஒருவன்
எழுதி வைத்து விடுகிறான்
'தயவுசெய்து கதவை மூடவும்'

*

பறந்த நினைவுகளுடன்
வானைப் பார்த்துக்கொண்டு
குளத்தில் மிதக்கிறது
இறகு.

*

"நான் எங்கே இருக்கேன் கண்டுபிடி"
ஒளிந்திருக்கும் இடத்தில் இருந்து
அழைக்கிறது குழந்தை.

*

நான் கேட்ட
எந்தப் புதிருக்கும்
பதில் தெரியாமல்
சிறுமி யோசிக்க,
அவள் சந்தோஷத்தின் புதிரை
நான் யோசித்துக்கொண்டிருந்தேன்.

*

கைக்கடிகாரம் கட்டிக்கொண்டு
பள்ளிக்குச் சென்ற சிறுவனை
நிப்பாட்டி மணி கேட்டேன்
அந்தக் கணத்தில் இருந்து
அவன் பெரிய மனுஷன் ஆனான்.

*

முதல் கவளம் வாங்குகையிலேயே
வேண்டாம் என்று தலையாட்டிய
குழந்தைக்கு
முழு கிண்ணம் சோறையும்
ஊட்டிவிட்டு திருஷ்டி முறித்த
தாயைப் பார்க்கையில் புரிந்தது
அன்பிருந்தால் அனைத்தும் சாத்தியம்.

*

அவள் குழந்தையாக இருக்கையில்
'பியாக்கம்' விற்றுக்கொண்டிருந்தவர்கள்
இப்போது 'இடியாப்பம்' விற்கிறார்கள்.

*

பூங்காவில்
ஓடி விளையாடுகின்றன
காற்றும்
சருகுகளும்
குழந்தைகளும்.

*

இது அல்ல வாழ்க்கை என்று
உண்மையான வாழ்வை நமக்கு
நினைவு படுத்திக்கொண்டே இருக்கிறது
நமக்குள் இருக்கும் குழந்தை.

*

சர்க்கரையைத் தூக்கிக்கொண்டு
வெகுநேரமாய்
என் வீட்டில் சுற்றிக்கொண்டிருக்கிறது
எறும்பு
அதன் வீட்டின் வழி மறந்து
சுற்றுகிறது
என்றுதான் முதலில் நினைத்தேன்
ஆனால் நேரம் ஆகஆக
குழப்பமாக இருக்கிறது
அதன் வீட்டில்
நான் சுற்றிக்கொண்டு இருக்கிறேனோ?

*

பூப் போட்ட பென்சில்
கலர் சாக்பீஸ்
சென்ட் ரப்பர்
இவற்றில் ஏதேனும் ஒன்று போதும்
அன்றைய தினம்
அதீத சந்தோஷத்தில் கழியும்
அனைத்தையும் இப்போது
எங்கோ தொலைத்துவிட்டேன்.

*

எந்தத் திசையில் சென்றாலும்
முன்னும் பின்னும்
இடமும் வலமும்
சுற்றிச் சுற்றி வந்து
சொல்லிக்கொண்டே இருக்கிறது
என் நிழல்
நான் நிஜமென்று.

*

இந்த ரயில் பயணத்தில்
கிட்டத்தில் இருப்பவை விலகிச் செல்ல
தூரத்தில் இருக்கும் நிலவு கூடவே வர
வெளியூர் வேலைக்குப்
போய்க்கொண்டிருக்கிறான்
வீட்டின் நினைவுகளோடு அவன்.

*

எப்போது வேண்டுமானாலும்
விழும் நிலையில் இருக்கிறது
மரம்
ஜன்னல் கம்பியில் இருக்கும்
மழைத்துளியில்
தலைகீழாய் நின்றுகொண்டு.

*

பழையச் சாமான் தள்ளுவண்டியில்
பொம்மை சிரிக்கிறது
எங்கோ ஒரு குழந்தை வளர்ந்துவிட்டது.

*

முதல் மழை,
கட்டிலுக்கு அடியில்
பரண் மேல்
அலமாரியுனுள் மற்றும்
சுவற்றில் மாட்டியிருந்த
குடைகள் அனைத்தும்
வெளியே வந்து
சாலை எங்கும் வண்ணமயமாக
ஒன்றை ஒன்று பார்த்து
வாஞ்சையோடு
குசலம் விசாரித்துச் செல்கிறது.

*

வீட்டில் பாலைத் தட்டிவிட்டு
மாடியில் தலைமறைவாய் இருக்கிறான்
சிறுவன்
அவனைப் பார்க்காததுபோல்
கொடியில் காய்ந்த துணிகளை
எடுத்துச் செல்கிறாள்
அக்கா
“ரொம்ப பசிக்குதுப்பா” என்றவனிடம்
“இப்ப வராத
இன்னும் கொஞ்சநேரம் ஆவட்டும்”
என்று துப்பு கொடுக்கிறார்
அப்பா
மோப்பம் பிடித்து அவனிடம்
வந்து படுத்துக்கொண்டது
நாய்
கடைசியாக வந்தது அம்மாவின் குரல்
“இப்ப நீ கீழ வர்றியா
இல்ல நான் மேல வரட்டா”
பயத்துடன் கலங்கிய கண்களோடு
அவன் கீழே இறங்கினான்
கொஞ்சம் திட்டு வாங்கிவிட்டு
நன்றாகச் சாப்பிட்டுவிட்டு
மீண்டும் தன் வேலையைத் தொடங்க.

*

பகல் நேரத்தில்
கரையும் காகம் போல்
உள்ளிருந்து
கரைந்துகொண்டே இருக்கிறது
வாழ்வு
யாரும் கவனிப்பாரின்றி.

*

சிறகு வருடிய காற்று
என்னை வருடிச் செல்கிறது
விடுதலையின் தரிசனத்தை உணர்த்திவிட்டு.

*

அடைமழையில்
கிளை உச்சியில்
கண்மூடி தியானம் செய்யும்
காகத்தை
சரணடைய மனம் இன்றி
இருத்தலின் ஆழமும் இன்றி
ஜன்னல் கம்பிகளுக்குப் பின்னே
நின்று பார்த்துக்கொண்டே இருக்கிறேன்.

*

பெருமழை முடிந்த நடுநிசியில்
ஏதோ கனவு கண்டு
அலறி அழுத குழந்தையை
அரவணைத்து தாய் தேற்ற
வெகு நேரமாய் கோஷமிட்டுக்கொண்டிருந்த
தவளைகளின் சப்தமே இல்லை
அமைதி.

*

சுவரோரம் கால் நீட்டி உட்கார்ந்து
பொரி சாப்பிடும் குழந்தையோடு
நேரமும் பொழுதும்
சேர்ந்து உட்கார்ந்துகொள்கிறது
அவர்களுக்காகக் கொஞ்சம் பொரியை
இறைக்கிறது குழந்தை.

*

நன்றாகத் தட்டிப் பார்த்து
வாங்கிய மரம்தான்
கதவு செய்து
மாட்டியபின் தட்டினால்
உள்ளேயிருந்து
வருகிறது வேறு ஒரு குரல்.

*

மரங்கள் விலங்குகள் பறவைகள்
என அனைத்தும் பேசுகிற,
கஷ்ட காலங்களில்
தேவதைகளும் கடவுள்களும்
கண்முன் தோன்றுகிற,
இறந்தவன் மீண்டும்
உயிர் பெறுகிற
அற்புதங்களின் கதைகளாக
சொல்லி வளர்த்துவிட்டு,
சட்டென ஒருநாள்
தானாக ஏதும் அற்புதங்கள் நிகழாது
எதுவாக இருந்தாலும்
நீயாகத்தான் செய்ய வேண்டும்
என்று குண்டைத் தூக்கித்
தலையில் போட்டுவிட்ட
அதிர்ச்சியில் இருந்து
மீள முடியாமல்தான்
சுற்றிக்கொண்டிருக்கிறேன் இன்னும்.

*

நடைமேடையில் நிற்கும் உறவுகள்
கையசைக்க
பயணிகளை ஏற்றிக்கொண்டு
ஒரு பெருமூச்சை விட்டு
பிரிகிறது ரயில்.

*

ஆசையாக வரைந்து
தவறுதலாக எடைக்குப் போய்விட்ட
மிக்கிமவுஸ்,
வெகுநாட்கள் கழித்து
சர்க்கரைப் பொட்டலத்தில்
வீடு வந்து சிரித்தது.

*

யாருமற்றப் பெருவெளியில் நிற்கும்
ஒற்றை மரத்திடம் சென்று
வாழ்வின் அர்த்தம் கேட்டேன்
காற்று வீச
மரம் அசைந்தது.

*

மெல்ல மெல்ல
எப்போதோ எங்கேயோ
தொலைத்துவிட்டேன்
அதைத் தேடித் தேடி
ஓய்ந்து போனேன்
பின் ஒரு நாள்
எதைத் தொலைத்தேன்
என்று மறந்தே போனேன்
இப்போது
தொலைத்ததை விட்டுவிட்டு
வேறு எதையோ தேடி
தொலைந்துகொண்டிருக்கிறேன்.

*

பாழடைந்து பூட்டிக்கிடக்கும்
வீடுகளின் உள்ளேயிருந்து
ஜன்னல் வழியே
நம்மைப் பார்த்துக்கொண்டிருக்கிறது
அதுவரை அங்கு
வாழ்ந்த வாழ்வு.

*

தம்பிப் பாப்பாவை
தூக்கிக்கொண்டுத் திரியும்
அக்கா பாப்பாவைப் போல்
நானும் இந்த வாழ்வை
தூக்கிக்கொண்டு திரிகிறேன்.

*

"என்னடா இப்படிக் கிறுக்கி இருக்க?"
எனக் கேட்கும்
தாயைப் பார்த்து முழிக்கிறது,
தோட்டத்தில் வண்ணத்துப்பூச்சி
பறந்து திரிந்ததை
ஓவியமாய் தீட்டிய
குழந்தை.

*

அந்தத் தெருவில் இருக்கும்
ஒரு பெயர் தெரியாத
செடியிலிருந்து வரும் வாசம்
ஆழ் மனதைத் தொட்டு
பால்யத்திற்கு அழைத்துச் செல்கிறது
காற்று வீசும்போதெல்லாம்
பால்யத்திற்குச் சென்று வருகிறேன்.

*

எல்லோரும்
எதற்கோ கிளம்பி
எங்கோ செல்லும்
அந்தச் சாலையில்
அறுந்து செல்லும் பட்டத்தை
துரத்தி ஓடும் சிறுவன்
நிரப்பிச் செல்கிறான்
வாழ்வின் வேட்கையை.

*

பிறந்தநாள் விழா முடிய
கொடுத்து வைத்த
சில பலூன்கள்
வந்திருந்த சிறுவர்களோடு
சென்றுவிட
பூட்டிய அரங்கினுள்
மிச்ச பலூன்கள் எட்டிப் பார்க்கின்றன
ஜன்னல் கம்பிகளின் ஊடாக
முட்டிக்கொண்டு.

*

எதை எதையோ
சுவைத்துக்கொண்டிருக்கிறேன்
இருத்தலின் சுவை மறந்து.

*

முன்பெல்லாம்
அனைவர் முன்பும்
அம்மணமாய் நிற்பது
போன்ற கனவு
அவ்வப்போது வரும்
அவமானத்தில் கூனி
குறுகிப்போவேன்
இப்போதும்
அந்தக் கனவு வருகிறது
ஆனால் அந்த அளவுக்கு
அவமானமாக உணருவதில்லை
எல்லாம் ஒரு பழக்கம்தான்.

*

ஊரோடு ஒத்து வாழத்
தொடங்கியபின்
ஒவ்வொரு இறகாய்
உதிரத் தொடங்குகிறது.

*

வீடு வரை உறவு
வீதி வரை மனைவி
காடு வரை பிள்ளை
கல்லறை மேல் நாய்.

*

யாரோ என நினைத்து
யாரையோ பார்த்துச் சிரித்துவிட்டு
தன் தவறு புரிந்து
எங்கேயோ பார்த்து
எதையோ யோசிப்பது போல்
நிற்கும் அவரால்
திரும்பியது அனைத்தும்
மீண்டும் சகஜ நிலைக்கு.

*

அழுத குழந்தை
கண்ணீர் வற்றுவதற்குள்
சிரிப்பதைப் போல்
நாட்கள் விடிகிறது.

*

விஷயம் தெரியாமல்
விளையாடிக்கொண்டிருக்கின்றன
குழந்தைகள்
பெருகத் தொடங்குகிறது அங்கிருந்து
வாழ்வின் பெரும் ஊற்று.

*

ஆடி ஓய்ந்த
கிழவனின் மடியில்
ஆசையாய் சாய்ந்து
கேட்டது குழந்தை
"தாத்தா விளையாடலாமா?"
ஆட்டம் மீண்டும் தொடங்கியது.

*

பால்யத்தின் பொற்கணங்கள்
நினைவின் அந்தரங்கத்தில்
இன்னும் இருக்கிறது
அதன் துணையால்
நானும் இருக்கிறேன்.

*

வெறிச்சோடிய சாலையில்
எங்கோ பார்த்தபடி
மாடு ஊட்கார்ந்திருக்க
அதுக்குத் துணையாக
காகம் வந்து
பக்கத்தில் நின்று
வேறு எங்கோ பார்க்க
வழி எங்கும்
ஞாயிறு மதியம்
நிரம்பி வழிகிறது.

*

எல்லோரும் அவசர அவசரமாக
அலுவலகம் கிளம்பும் வீட்டில்
குழந்தைக்குப் பேச்சு வந்தது
'டைம் ஆச்சு'.

*

பயத்தில் குற்ற உணர்ச்சியில்
தோல்வியில் துயரத்தில்
ஏமாற்றத்தில் ஜுரத்தில்
இப்படி ஏதாவது ஒன்றில்
என்றோ முடிந்திருக்க வேண்டிய வாழ்வு
இன்னும் தொடர்கிறது
அப்போதெல்லாம் எங்கெங்கிருந்தோ கிடைத்த
அரவணைப்பின் கதகதப்பால்.

*

காலை விழித்ததும்
அப்பாடா, நடந்தது வெறும் கனவுதான்
என ஆசுவாசமாகிறேன்
அப்படியே இரவு தூங்கும்போதும்
அப்பாடா, நடந்தது வெறும் நனவுதான்
என நிம்மதியாகத் தூங்க முடிந்தால்
அதற்குமேல் என்ன வேண்டும்.

*

ஜோடியை இழந்து
தனிமையில் கிடந்த
இருவேறு காலணிகளை
இணைத்து வைத்தார்
தெருவோர பிச்சைக்காரர்.

*

வழுக்கியதற்கும் விழுவதற்கும்
இடையில்
நாம் எல்லோரும்
நாமாக இருக்கிறோம்.

*

வளர்ந்தவர்களும்
தூக்கத்தில் சிரிக்க
வசந்தகாலம் வந்தது.

*

தூரப்பார்வைக்கு
கண்ணாடி அணிந்தவன்
வியந்து பார்க்கிறான்
அருகில் இருக்கும் வாழ்வை.

*

அங்கு ஒரு வீடு இருந்ததற்கு
சாட்சியாய் நிற்கிறது
மின் அளவியும்
கிணறும்
ஒற்றை மரமும்.

*

அந்த ரயில் பயணத்தில்
என் எதிரில் அமர்ந்திருந்தவர்
கண்களை மூடியபடியே இருந்தார்
அவர் உறங்கி இருக்கலாம்
ஓய்வில் இருந்து இருக்கலாம்
தியானம் செய்திருக்கலாம்
என்னைப் பார்க்கப் பிடிக்காமல் இருக்கலாம்
அல்லது ஏதோ துயரத்தில்
தன்னுள் அழுதுகொண்டு இருக்கலாம்
நான் இறங்கும் வரை
அவர் கண் திறக்கவில்லை
பிளாட்பாரத்தில் நின்று
ஜன்னல் வழியே
அவரைப் பார்த்தேன்
அவர் அப்பொழுதும்
கண்கள் மூடியபடியேதான் இருந்தார்
ரயில் புறப்பட்டுச் சென்றது
அவர் உலகில் நான் இல்லை
என் உலகில் அவர் உண்டு.

*

எப்போதும்போல் நடந்தவன்
நாய் குரைத்தவுடன்
எப்போதும்போல் போல நடக்கிறேன்.

*

குடும்பத் தகராறில்
பூட்டப்பட்ட வீடு
பாழடைந்து கிடக்கிறது
பூனை மட்டும் அங்கேயே இருக்கிறது
நாய் வளர்த்தவர்களோடு சென்றுவிட்டது
வீட்டின் மேலும் பற்றுதல் இல்லாமல்
உறவுகளோடும் ஒட்டுதல் இல்லாமல்
இந்த மனிதர்கள் மட்டும் எங்கு போனார்கள்?

*

ஓடும் குழந்தையைப்
பிடிக்க ஓடுகிறார் அப்பா
ஓடும் நீர்
தேங்கிய நீரையும்
தள்ளிக்கொண்டு போகிறது.

*

காலை
கண் விழித்ததும்
விளையாடத் துவங்கும்
குழந்தைகளுக்குத் தர
கவலைகளை உற்பத்தி செய்யத்
தொடங்கியது உலகம்.

*

வழியில்
பிடிக்காதவர்களைப் பார்க்கையில்
முகத்தைத் திருப்பிக்கொள்ளலாம்
பிடித்தவர்களைப் பார்த்தால் புன்னகைக்கலாம்
தெரியாதவர்களைப் பார்த்தால்
பார்க்காதது போல் செல்லலாம்
ஓரளவுக்குத் தெரிந்தவர்களைப் பார்த்தால்
அசட்டுப் புன்னகை செய்யலாம்
நாய் மாடு பூனை காக்கா
என்னைப் பார்க்கையில்
என்ன செய்வது?

*

புள்ளியே ஆதாரம்
புள்ளியைச் சுற்றியே எழும் கோலம்
கோலத்தினுள் சிக்கிக்கொள்ளும் புள்ளி
தன் சரிதையை
தினமும் கோலமிடுகிறாள்
பெண்.

*

அவனுக்கு வெகு காலமாய் தூக்கமில்லை
பார்க்காத மருத்துவன் இல்லை
கேட்காத ஆலோசனை இல்லை
உண்ணாத மருந்து இல்லை
செய்யாத பயிற்சி இல்லை
இருந்தும் எதனாலும்
ஒரு உபயோகமும் இல்லை
அன்று உச்சி வெயிலில்
குளக்கரை வேப்பமர நிழலில்
அவன் அமர்ந்திருக்கையில்
குளத்தின் உள்ளே
அசையாமல் இருந்த எருமையை
வெகு நேரமாய் பார்த்துக்கொண்டிருந்தான்
அது மெல்ல கண் சிமிட்ட
இவன் அப்படியே தூங்கிப் போனான்.

*

"தம்பி"
கூப்பிட்ட திசையில்
திரும்பிப் பார்த்தேன்
ஒரு பெண்மணி
என் முன்னே செல்லும்
சிறுவனை நோக்கிக் கைகாட்ட
நான் சட்டென சுதாரித்து
"தம்பி உன்னக் கூப்பிடறாங்க"
என்று அவனிடமும்
"தம்பி நீ வளந்துட்ட"
என்று என்னிடமும் சொன்னேன்.

*

மீண்டும் இன்று விடிந்தது
மீண்டும் நான் கண் விழித்தேன்
இந்தப் புதிய நாளில்
அதே பழைய மனதை
மீண்டும் தூக்கித் திரிகிறேன்
வேதாளத்தைத் தூக்கிக்கொண்டு திரியும்
விக்கிரமாதித்தனாக.

*

மலரைப் பறித்து
இதழ்களைப் பிய்த்து
காம்பை ஒடித்து
தேனில் எதையோ
கலந்துகொண்டு இருந்தவரிடம்
"என்ன செய்கிறீர்கள்?" என்றேன்
"பூ செய்து கொண்டிருக்கிறேன்"
என்கிறார்.

*

நேற்று இரவும்
நான் உறங்கிய பின்
உலகையே புரட்டிப்போடும் சம்பவம்
நடந்திருக்கிறது
மீண்டும் இன்று விடிந்தது.

*

கரையில் நிற்கையில்
கடல் அலை மெல்ல
கால் பிடித்து அழைக்கிறது
அதனிடம் எப்படிச் சொல்வது
நாங்கள்
நீரில் வாழத் தெரியாத
நிலத்திலும் வாழத் தெரியாத
உயிரினம் என்று.

*

பலநாள் கேட்ட குரல்
அவரை இன்று பார்த்ததும்
குமிழியாய் ஒருவர் மறைந்தார்.

*

பிளாட்பாரத்தில் வாங்கிய புத்தகத்தை
படித்துக்கொண்டிருக்கையில்
இடையில் ஒரு பக்கம்
மடித்து வைக்கப்பட்டு இருந்தது,
மீதிக் கதையை முடிக்காமல்
ஏன் புத்தகம் கடைக்கு வந்தது?
புத்தகத்தின் பழைய சொந்தக்காரருக்கு
என்ன ஆகி இருக்கும்?
மடித்த அந்தத் தாளுக்குப் பிறகு
இரண்டு கதைகள் இருக்கின்றன.

*

குரங்குப்பெடல் அடித்துக்கொண்டு
அதுவும் அரைப்பெடல் அடித்து
சைக்கிள் கற்கும்
சிறுவன் முகத்தைப் பார்க்கையில்
தெரிகிறது
அவன் வெறும் சைக்கிள் மட்டுமே
ஓட்டக் கற்கவில்லை.

*

திண்ணையில் கால் நீட்டி
உட்கார்ந்திருக்கும் கிழவிக்கு
பகல் காட்சி
மதிய காட்சி
இரவு காட்சி என
ஊர் இயங்கிக் கொண்டிருக்கிறது.

*

பரபரப்பான சாலையில்
மனதை அமைதிப்படுத்துகிறது
சாலையோரச் சருகுகள்.

*

அந்த அடுக்குமாடி குடியிருப்பில்
காக்கைகளின் பேரிரைச்சலுடனும்
மனிதர்களின் அமைதியுடனும்
இரு மரணங்கள்.

*

யார் இல்லை என்றாலும்
இந்த உலகம் இயங்கும்
அப்படி ஓர் உலகம்
இயங்கி என்ன?
இருந்து என்ன?

*

அவனுக்காக அழ
அவன் மட்டும்தான் இருந்தான்
இன்று அவனும் இறந்துவிட்டான்.

*

என் வீட்டில் குருவிக்கூடு
நான் அங்கீகரிக்கப்பட்டேன்.

*

வண்ணங்கள் கலைந்த
பெரிய வீட்டின் வாயிலில்
‘இங்கு ஜாக்கெட்டுகள் தைத்துத் தரப்படும்’
என எழுதி மாட்டியிருக்கும் பலகை
சொல்லாததையும் சேர்த்துச் சொல்கிறது.

*

ஸ்கூட்டரில் ஏற்றும்முன்
தூசி அண்டக்கூடாதென
சிறுவனுக்கு அவன் அம்மா
கைக்குட்டையால் முகத்தை மூட
அவனுக்கு முகமூடி கொள்ளைக்காரனாக
ஆன சந்தோஷம்.

*

டீக்கடையில்
எப்பொழுதுமே சில்லென்று உள்ளது
இப்பொழுதுதான் சுட்ட வடை.

*

வீடடைச் சுற்றிக்கொண்டிருக்கிறது
இறந்தவன் ஊதிய பலூன்.

*

தந்தையின் மரணத்தில் அழுபவளை
தோளில் தாங்கிக்கொள்கிறான்
அவள் மகன்.

*

அனைவரும் புறந்தள்ளிய வாழ்வில்
சென்று அமர்ந்திருப்பது
எத்தனை சுகம்.

*

வெப்பம் நிறைந்த
கோடைப் பொழுது
வெண்நீல வானம்
மெல்லிய காற்று
தூரத்து வீட்டின்
உரையாடல் சப்தம்
நிசப்தம் நிறைந்த
வீட்டின் அறைகள்
தொடர்ந்து நகரும்
கடிகார முள்
இருந்த இடத்திலேயே
மௌனமாய் பொருட்கள்
விளையாடத் துணையின்றி
கிடக்கும் பொம்மைகள்
விடுமுறைக்கு ஊர்சென்ற
மனைவியும் மகளும்
திரும்பிவர காத்திருக்கிறோம்
நானும் வீடும்.

*

பழங்கள் மீதிருக்கும் ஈக்களுக்கு
விசிறிக்கொண்டிருக்கிறாள்
ஏதோ நினைவில் பழக்காரம்மா.

*

கடலுக்குள் செல்லும் ஆசையும்
கரையேறும் பிரயத்தனமுமே
பூலோக சுழற்சியானது.

*

பல வருடங்களாக
அப்படியே இருக்கும்
அந்தக் கடக்காலினுள்
புதைந்திருக்கிறது
ஒரு கனவு வீடு.

*

என் பாட்டிக்கும் என் மகளுக்கும்
அந்தப் பழக்கம் இருக்கிறது
அவர்கள் என்ன சாப்பிட்டாலும்
எனக்கும் கொஞ்சம் கொடுப்பது.

*

நினைவுக் குமிழிகள்
ஒவ்வொன்றாய் உடைந்து மறைய
புன்னகையுடன் பார்த்துக்கொண்டிருக்கிறாள்
மூதாட்டி.

*

யார் கண்ணிலும் படாமல்
காற்றில் மிதந்து
ஒளியில் மிளிர்ந்து
மண்சேரும் தூசியைப்போல்
வேண்டும் ஒரு வாழ்கை.

*

காற்றில் மழையில்
நிலை குலைந்து
சேற்றில் கிடக்கும் பூ
மறுநாள் காலை
வெயில் வாங்கி
ஈரத்துடன் சிரிக்கிறது.

*

நான் சிறுவயதில் காதலித்த பெண்ணின்
வீடு அது
இப்போது அவள் அங்கு இல்லை
இத்தனை ஆண்டுகளில்
வேறு யார்யாரோ
தங்கிச் சென்றுவிட்டனர்
அந்த வீடே உருமாறி
பார்க்க இன்னொன்றாக இருக்கிறது
இன்னும்
அந்த வீட்டைக் கடக்கையில் எல்லாம்
அவள் என்னை உள்ளிருந்து
பார்த்துக்கொண்டிருக்கிறாள்.

*

இறந்த காலம்
விரல் தொடும் தூரத்தில்
புகைப்படம்.

*

"நீ
அம்மா செல்லமா?
அப்பா செல்லமா?"
பெற்றோர் குழந்தையின்
விருப்பத்தேர்வை கேட்க
குழந்தை இருவர் முகத்தையும்
மாறிமாறி பார்த்து
"அம்மா செய்யம்" சொன்னது
அம்மா சிரிக்க அப்பா அழ
குழந்தை அப்பாவை தேற்ற
"அப்பா செய்யம்" சொல்ல
அப்பா சிரிக்க அம்மா அழ
குழந்தை அம்மாவை தேற்ற
"அம்மா செய்யம்" சொல்ல
மீண்டும் அம்மா சிரிக்க அப்பா அழ
இப்படியாக முடிவில்லாமல்
தொடர்ந்த விளையாட்டை
முடித்து வைத்தது குழந்தை
"அம்மாப்பா செய்யம்" சொல்லி
இப்போது இருவரும் சிரிக்க
குழந்தையும் சிரிக்க
விருப்பத்தேர்வு அழத்தொடங்கியது.

*